தூவல் (பேனா)

ரசிகை

பதிப்பகம்

Thooval pena rasigai

Edited by Anbin Saghi

 Special credits to Dr.Niveditha and Dr.Nitin Chopra.

ISBN (Paperback) - 9789390724451

First Edition : 2021

Book Design by POETRY WORLD

தூவல் (பேனா)

ரசிகை

தலைமை தொகுப்பாளர்

பார்கவி சிவபிரகாஷ்

தொகுப்பாளர்

அன்பின் சகி (வசுந்தரா தேவி)

தூவல் (பேனா) ரசிகை

பேனா - எழுத்தளார்களின் மிகச்சிறந்த ஆயுதம்! எழுத்தளார்களின் உணர்வை பிரசவம் பார்க்கும் உணர்வில்லா வைத்தியன் - பேனா!..... பல புதுமைகள் படைத்திடும் புலமை பித்தன், விலையோ சிறியது செய்யும் காரியமோ பெரியது!......

பலரின் உள்ளங்களில் ஊற்றெடுக்கும் எண்ணங்களின் கருக்களை வெள்ளைகாகிதத்தில் வண்ணங்களாக மாற்றி விருந்தளிக்கும் பேனாவின் எழுத்துகளை காதலிப்போம் வாருங்கள்!

தலைமை தொகுப்பாளர்

இவள் திருமதி.பார்கவி சிவபிரகாஷ், மஞ்சள் மாநகரமான ஈரோட்டை சேர்ந்தவள். இவள் புனைப்பெயர் "கவியின் கவிதை". கணிதவியல் முதுகலை பட்டம் முடித்தவள். இன்று தன் கனவுகளை முழு மனதோடு ஆர்வமாய் பின் தொடர்கிறாள்.

தனது இன்ஸ்டாகிராம் பக்கத்தில் *(@kaviyinkavithai)* ஏறத்தாழ *2500*க்கும் மேற்பட்ட குறுங்கவிதைகள், நீள்கவிதைகள் பல புனைந்துள்ளார். *Spectrum of thoughts*ல் இணை எழுத்தாளராகவும், தன் முதல் கவிதை திரட்டான *"Enticement of fondness*/காதலின் தாகங்கள்" தொகுத்துள்ளார். இப்பொழுது *Poetry World Organisation*ல் தலைமை தொகுப்பாளராய் பல கவிதை திரட்டினை வழங்கி வருகிறார்.

அவளும் நானும்

என்றும் பிரிய இயலா
ஓர் உணர்வானாய்...
இவள் யாவிலும்
அர்த்தமற்றவள்
என வினவிய
மொழிகள் யாவிற்கும்
இன்று எவற்றிலும்
என்னுள் நிறைந்திருக்கும்
ஓர் அழகிய வாழ்வோடு
இயைந்த ரசிகை அவள்..

கவியின் கவிதை

தொகுப்பாளர்

இவர் அன்பின் சகி (வசுந்தரா தேவி). முதுக்கலை நுண்ணுயிரில் படித்து வருகிறார். இவர் தமிழ் மீது கொண்ட காதலால் தனக்கு தோன்றும் எண்ணத்தை வடிவமைத்து கவிதை எழுதும் ஒரு பெண்மணி இவர், பல கவிதை தொகுப்பு புத்தகத்தில் இவரின் கவிதைகள் இடம்பெற்றுள்ளது. எழுத்துறையில் தனக்கு என்ற அடையாளத்தை பதிக்க இலக்கை நோக்கி பயணிக்கும் சகியவள் இவள்!

Instagram id : @saghi34367

என் ஆயுதம்

தானாக எனக்குள் வந்த ஆசையிது
கற்பனைக் கடலோரம்
அலையோடு கால் நனைத்தேன்,
மலையாக எண்ணங்கள் திரண்டன
அவை என்னுள்ளே கிடந்து உருண்டன.....
ஊற்றெடுத்த உணர்வுகளுக்கு உயிர்கொடுத்தேன்,
வார்த்தைகளை கோர்வையாக்கி நான் தொடுத்தேன்
என் வெறுமையை புதுமையாக்கிய வித்தகன்.....
தனிமையின் இருளை நீக்க வந்த தூதுவன்,
வெற்றுகாகிதமான என் வாழ்வை
வண்ணங்களாக மாற்றியே தூரிகை
பேசாத மொழிக்கு இவனே உயிர்நாடி.....
உணர்வை வெளிபடுத்த
உதவும் உழைப்பாளி
என் விரலுக்குள் வந்த வெளிச்சமே,
இதுவே எந்தன் வாழ்வே என
நான் எடுத்த முதல் ஆயுதம் நீ (பேனா)!

அன்பின் சகி (வசுந்தரா தேவி)

உள்ளடக்கம்

நண்பனின் பிரிவு

இழந்தால் திரும்ப பெற முடியாத
ஒரே செல்வம் "நண்பன்"
இழந்து தவிக்கிறேன் தனிமையில்!

காதலின் ஆசை

நான் சரி என்கிறேன்
நீ பிழை என்கிறாய்.
இத்தனை போராட்டமும்
உன் புன்னகை
உதட்டின் இதழோரம்
என் இதழை
கொண்டு தீண்டவே
என் சகியே!

அஸ்வின் (நண்பனின் விதை)

போதையின் அடிமைகள்

பழைய நினைவுகளுக்கு
சென்று பார்ப்பது என்பது
மனிதர்களின் ஆக சிறந்த போதை,
நீயும் நானும் அந்த
போதையின் அடிமைகள்...

யார் முதலில் தொலைவது

இங்கு தொலைவது
பற்றி யாருக்கும்
எந்த புகாரும இல்லை,
யார் முதலில்
தொலைகிறோம்
என்பதை பற்றி தான்
புகார்களே

பிரசாந்த் ஆல்டோ

முகமூடி

நான் வரையும் ஓவியத்தில்
நீங்கள் நீங்களாயில்லை
ஒருவேளை
நீங்கள் நீங்களாய்
என்னிடத்தில் இருந்திருந்தால்
நீங்கள் நீங்களாய்
ஓவியத்தில் இருந்திருப்பீர்களோ?

வறுமை

பசியால் குழந்தை சூப்பிடும்
கட்டை விரலுக்கு
வற்றிப் போன
முலைக் காம்பின் சாயல்

பவித்ரன்

அப்பா

படைத்தவன் கூட பயந்து விடுவான்
என் தந்தையின் உழைப்பைத் கண்டு!
என் தாயும் கூட தாழ்ந்து விடுவாள்
என் தகப்பனின் அன்பைக் கண்டு!
பிறரும் கூட ஒத்துக் கொள்வார்
தந்தைக்கு நிகர் எவரும் இல்லை என்று!
தமிழ் நாயகனாய்; தந்தையாய் தோன்றி
உன் உறவின் அன்பை என்னுடன் பகிர்ந்தார்!
ஏழ்மையின் பிறப்பை தந்து
ஆடம்பர வாழ்வில் மலரச் செய்தாய்!
வரம் ஒன்று கிடைத்தால் உன்னை
பிரியா உலகொன்று கேட்பேன்!

சௌமியா.ஆ

அவள்

விரல்பிடித்து உண்ணுகிறாள்!

கள்ளமின்றி சிரிக்கிறாள்!

நித்தம் என்னை நனைக்கிறாள்!

ஓயாது ஓடி உழைக்கிறாள்!

செல்லச் சண்டை இடுகிறாள்!

நான் பார்க்காமல்

போனால் கலங்குகிறாள்!

"குழந்தை"!

ஜென்சி.ஜெ

அவன் தான்

தர்மம் காக்கும் தர்மனும் அவன் தான்!
பலம் நிறைந்த பீமனும் அவன் தான்!
வீரம் செறிந்த அர்ஜுனனும் அவன் தான்!
நட்பிற்கு இலக்கணமான கர்ணனும் அவன் தான்!
சர்வ அதிகாரம் கொண்ட பீஷ்மனும் அவன் தான்!
துஷ்ட துரியோதனனும் அவன் தான்!
துகிலுரியும் துச்சாதனனும் அவன் தான்!
ஆபத்பாந்தவ வாசுதேவ கிருஷ்ணனும் அவன் தான்!
என் பாரதத்தின் மன்னன் அவன் தான்!
அவன் தான் - என் அவன் தான்!

ஆரூர்_அக்சயா

ஆசை

வெறுப்பவர், தூற்றுபவர் யாரும் இன்றி
அனைவருக்கும் என்னை பிடிக்க ஆசை.
வேலிகள் ஏதும் இன்றி
எங்கும் சுற்றி திரிந்திட ஆசை.
நினைத்த இடத்திற்கு
நினைத்த நேரம் செல்ல ஆசை.
அன்பை கணக்கின்றி கொடுக்க ஆசை.
அதே கணம் கோபம் வந்தால்
பொங்கி எழ ஆசை.
இவை யாவும் முடியாவிடினும்
ஓர் நாள்
ஒரே ஒருநாள்
நான் நானாக இருக்க ஆசை...

மணிமேகலை

ஆஹா என்ன சுகம்

யாரும் இல்லா தனிஇரவில்
மின்மினி பூச்சியின் வெளிச்சத்தில்
கொஞ்சும் காற்றோடு
பறவைகளின் இசையுடன்
வானத்தை அண்ணாந்து பார்த்து
கருமேகங்களுடன் விளையாடி
இரவோடு குளிராக
தனிமையில் கலந்திட வேண்டும்.

தங்க மாலிகா. பா. லி

இங்கே நான்

முதல் முறை பார்த்த உன் பார்வை எங்கே?
கூனாமல் குறுகாமல் என்னை
வெட்கம் கொண்ட உன் பாவனை எங்கே?
முதல் முறை அணிவித்த
மோதிரத்தின் தோல்கள் எங்கே?
பின் நீ மகிழ்ந்து காட்டிய தோரணை எங்கே?
சுண்ட காய்ச்சிய பாலோடு இணையும்
உன் வாசனை எங்கே?
சூரியனின் முதல் பார்வைக்கு விரியும்
பூவோடு இணையும்
உன் இதழ்கள் எங்கே?

முழுதாய் கனிந்த கனியுடன் இணையும்
உன்னுள் என் இதயம் எங்கே?
அதிலிருந்து ஒலிக்கும் குழலோடு இணையும்
உன் சிரிப்பொலி எங்கே?
அதிகாலை எனை எழ நீ தெளிக்கும்
அக்கினி வார்த்தைகள் எங்கே?
பின் அதேகாலை சிட்டின் கீச்சோடு இணையும்
முத்தக்கோர்வைகள் எங்கே?

வண்ணவாகை கொண்டிருக்கும்

பூச்சிக்கு இணையும்

அவள் மினுக்கும் உடல் எங்கே?

சந்தை இழந்த பொருளாய்

உடம்பெல்லாம் கேள்விக்குறியுடன்

அழுகிய மாம்பழத்தில் வடியும் நீரோடு இணையும்

அரண்ட கண்களுடன் நான் இங்கே!

கொம்பு குருவி

இடியாத இலக்கு இறவாது

இடைவிடாது இடிகள்
இடித்தபோதும்,
இடிந்துபோகவில்லையே வானம்..!
இலைகளெல்லாம் உதிர்ந்து இறந்தபோதும்,
இறந்துபோகவில்லையே மரம்..!
இயன்றவரை
இதுவரை முயன்றபோதும்,
இல்லவே இல்லை
இனிக்கும் வெற்றி என்றாலும்,
இலக்கானது நம்மிடையே
இடிந்திடுமா?
இல்லை,
இறந்திடுமா?

இரா.பூபதி காஞ்சித்தமிழன்

இலக்கு

தேடு..

கிடைக்கும் வரை தேடு..

கிடைத்தபின்னும் தேடு..

தொடர்ந்து உன்னை...

விடியலுக்காய் காத்திரு,

தினம் தினம்..

தேடலை மட்டும் தொலைத்துவிடாதே...

தேடியது கிடைத்தவுடன் சலித்தும் விடாதே..

தேடிக்கொண்டிரு,, ஓடிக்கொண்டிராதே,,

தினம் தினம் உன்னையே உணர்ந்து கொள்..

நீயும் ஓர் புத்தகம்தான் மனித நூலகத்தில்..

உன் உள்ளமும் ஓர் ஆயுதம் ஏந்திய புத்தகம் தான்..

சார்லஸ்

இன்றைய விவசாயம்

வீறுகொண்ட விவசாயத்தில் பல வித விதைகளாம்
பொன் விளையும் பூமியிலே எட்டுவழி சாலையாம்
தரணி காக்கும் உத்தமிக்கு
உடல் முழுவதும் காயங்களாம்,
அமுதம் தரும் புவியினிலே எரிவாயு குழாய்களாம்
வளர்ந்து வரும் உலகில் மண்ணில்லா விவசாயமாம் ,
பச்சைவனமாய் இருந்த பூமியிலே எங்கும் பத்தடுக்கு
மாடிகளாம்
உழவனை ஈர்க்கும் வகையில்
அறிவியல் சார்ந்த விவசாயமாம்
தாளத்திற்கேற்ற ஆட்டம் ஆடி
தளர்ந்து நிற்கும் தனியவளே
நீ இல்லையேல் உயிரில்லை,
ஏரோட்டும் காலம் தழுவி இயந்திரங்கள் ஓட்டும்
காலமாம்
இயற்கையோடு ஒன்றிணைந்த
செயற்கை முறையில் விவசாயமாம்
வான்கடவுளும் தவத்திற்கு சென்று மழை பெய்ய
மறந்த காலம்
கண்மூடி உறங்கும் மனிதர்களுக்கு
விரைவில் புரியும் உன்னருமை!

ச.புனித்குமார்

ஈசனே

அன்பை என்னுள்விதைத்து
ஆசையை மனதினில்வளர்த்து
இன்மை தனைபோக்கி
ஈகையை நாளும்கூட்டி
உன்னையே தஞ்சமெனயெண்ணி
ஊனுடல் முழுதும்சமர்ப்பித்து
எண்ணம்யாவும் நினைநிறுத்தி
ஏக்கமுற்று வேண்டினேன்
என் ஐயனே!
ஒப்பில்லா நீ
ஓங்கியுயர்ந்த மலையில்
கண்கொண்டு எனக்கு
காட்சிதருவாயாக ஈசனே!

சிவப்பிரியா தேனு

ஈர_மை

அகம் கொல்லும் அமிழ்தம் நீயடி...
உதிருகிற மோகமழையில்...
தரைமேல் முளைக்கரு கனல்மொழி நீயடி...
ஈரம் உறுஞ்சுதலில் நானிலம் நீயடி...
அசைவற்றப் பிறைநுதலில்...
சந்தனக்கீற்றோடு கூடிய...
காதன்மைக் காரிகை நீயடி...

நெஞ்சோடு கிளத்தலில்...
ஈர மை எழுதிய கண்கள் நீயடி... துயர்வழியால்...
பட்டை துகள்கள் தழலெரிந்து...
வற்றல் மரமாய் நானடி...
விரிநீர் முதற்தடவை...
விசும்பின் அங்கைத் தழுவுதலில்...
தனக்குரியப் புலன் மகிழ்தலோடு...
புலவி நின்றிருந்தேன் நானடி...

அஃகுள் ஈட்சணம் அணங்குதலும்...
கூதறை யங்கி ஏங்குதலும்...
எங்ஙனம் கசிவு உங்கண்...
ஊசேறு எரிவனம் தனில்..?
எளிய சமயம் ஓடைநதி மருகியதில்...

எடார் ஓமல் குடிக்காடு செய்யவள் நீயடி...

கூனிப்போதலில் குலைதல் பார்த்தேன் நானடி..

கள்ளனவன் கடம்பவனத்தில்...

சிலையாத்தல் வேண்டி...

அட்சதை மேடையரங்கில்

ஊனுயிர் தளராதவள்...

கண்வழிநீர் கொள்ளம் கழுவுதலால்...

புலர் வாழ்வு நீயடி...

கூப்பிடுதூரம் ஊர்க்குருவிக்கு... கைத்தருதம்

எண்ணத்தில்...

கையரவு திசையில்...

ஒற்றைதுளி நீர் விழுந்தப்பொழுதில்...

அகவை விழவுக்களம் செல்கின்றேன் நானடி....

அவை மணவிணை விழவுக்களமெனத் தெரியாமல்...

எங்ஙனம் காதல் இடைவெளி விட்டது...?

நா.மு. அசித் குமார்

உட்டுளை உற(ர)வு

உனக்கு ஊட்டச்சத்து ஊட்டியவள்
- நான் தாய் அல்ல
உன்னை தழுவி உணர்ந்தவன்
- நான் தந்தை அல்ல
உனது சேட்டைகளைப் பொறுத்திருந்தேன்
- நான் உடன்பிறப்பு அல்ல
உன்னுடன் சுற்றித் திரிந்தேன்
- நான் நண்பன் அல்ல
உன்னிடத்தில் தடயத்தை விட்டுச்சென்றேன்
-நான் பகைவன் அல்ல
உன்னைக் காக்க உயிர்த்துரப்பேன்
- நான் வாழ்க்கைதுணை
அல்ல
உனக்கும் எனக்கும் எவ்வித உறவும் இல்லை
நீ பிறந்தகனமே நம்முறவு வெட்டப்பட்டுவிட்டது
ஆம் நானே உறவுகளின் முன்னோடி!
ஏனேனில் நீ பிறக்கும் முன்பே உறவுகளின்
முன்னோட்டமாய் திகழ்பவன்
என்றும் உறவின் விதையாய்
"தொப்புள் கொடி"!......

ததரா (ஷன்மதி)

உயிரும் மெய்யும்

அன்பென்ற சொல்லில் வந்த நீ
ஆருயிரில் கலந்து...
இன்னதென்று அறியா உணர்வு கொடுத்தாய்..
ஈருடலை ஓருயிர் என உணர்ந்தேன்!
உடல் மெலிந்தேன் உன் கைக்குள்ளே அடங்க
விரல்களோ தீண்டுகையில் பெண்ணாகிறன்...
ஊடலை அறிந்தேன் உன் கண்ணசைவினில்...
எண்ணமெல்லாம் வந்தவனே!
ஏக்கம் அறிந்தேன் உன்சுவாசம் என்னை விட்டு
நீங்கிய போது...
ஐயமின்றி வாழ்கிறேன் உன்னாலே..
ஒரே சொல் கூறடா...
ஓயாமல் உன்பின்னே வருகிறேன்..
அஃதோ என்னவன் நீயென்று....

வர்ஷா ***Nk***

உன் தோலுடன் நான்

துயரங்கள் திரைசூலை,
துணையுடன் பயணித்தவன்...!
இதயத் துளைகளை மறந்திட,
தூய்மையான மனிதவன்...!
தன் நெஞ்சிலுள்ள வடுவை மறந்து,
தன்னை சூழ்ந்துள்ளவர்க்கு உதவியவன்...!
தனிமை என்ற பந்தத்தை,
தண்ணீர் ஊற்றி எரித்தவன்...!

தோல்வி துளிகளை என்றும்,
தன் தோலில் சுமக்காதவன்...!
தொல்லை செய்வதில் என்றும்,
தொல்லியல் ஆய்வாளன்...!
பிறரை பற்றி எண்ணி தன்னை மறந்தவன்,
தோழமை தழைத்து வளர,
என்றும் உன் தோலுடன் நான்...!

அப்சல் அகமது

எழுதுகோலாக ஒருநாள் என் வாழ்வில்

தினம் ஒரு கவிதை எழுதும்.
என் இனிய எழுதுகோலே!
உன்னிடத்தில் நான் இருக்க நினைத்தேன்!
நிஜத்தில் அல்ல, நிழலாடும் நினைவில்.
பகலிரவு பாராமல் பறக்கும் பறவையானேன்.
தினம் ஒரு தகவல், நாளொரு கதை!
அனுதினமும் அளவில்லா விமர்சனங்கள் என்மீது.
படைப்பாளிகளின் கையிலிருந்த காரணத்தினால்
என்னவோ.
எண்ணிலடங்கா எழுத்துப் போர் அரங்கேறின
எவ்விடத்திலும்.
உணர்வில்லாத மனிதர்களின் எண்ணங்களால்
உருவாகியது.
சிரிப்புடன் அழுகையும், கோபத்துடன் ஆச்சரியமும்.
சிலசில மாற்றங்களும் பலபல ஏமாற்றங்களும்.
நடந்த அனைத்தையும் ரசித்தேன் ரசிகனாக.
எழுதுகோலாக இருந்த அந்நாளின் உணர்வுகள்
புதையலானது.
என்றும் அழியாத தடமாக வாழ்வில் அற்புதமானது.

Dinesh

எல்லைச்சாமி

கிராம ஓரங்களிலும்
நாட்டின் முனையிலும்
தோளில் கலப்பையை ஏற்றி
உடம்போடு ஆயுதத்தை பூட்டி
வெயில் மழை தெரியாது இரவு பகல் பாராது
உழைப்பை வியர்வையாக
வீரத்தை குருதியாக
சிந்தி காலமெல்லாம் பசுமை வயலில்
அரும்பாட்டிட்டு அறுவடைசெய்து
மானிடருக்கு உணவிட்டு
பசிப்பிணி தீர்க்கும்
விவசாயி பெருமக்களும்
யுத்த மண்ணில் அந்நியனோடு போரிட்டு
உற்றார் உறவினரை பிரிந்து
தேசத்தை காக்கும்
ராணுவ வீரர்களுமே
உண்மையான எல்லைச்சாமி.

மாயாதி

என் அன்னையானவள்

தினம் காணும் கதிரவனை கார் முகில் திரையிட்ட
நாட்களாய்....
காதலின் தவிப்பில்...
மாரியென இமை தாங்கா நீர்...
நிலைபெறா காலம் தான்..
கன நொடி உன்னை காணாவிடில்..
விடியலற்ற இருளில் நான்...
எப்படி தாங்கும் அன்பே....
உன் மூச்சு காற்றில்...
உயிர் வாழும் உடல் நான்...
வா உயிரே....
உன்னவன்... ஏதுமில்லா ஏழையாய்...
கையேந்துகிறேன்...
உன் அன்பின் அரவணைப்பில் அகிலமும்
அருள்வாய்... என் அன்னையானவளே..

தென்றல் கார்த்திக்

என் இனிய தேவதை

என் தேவதையே உந்தன்
காதணியின் அசைவே!
இனிமை உந்தன் பளிங்கு
கன்னத்தில் படும் தருணம்
அழகின் உச்சம்!
தேவதையே உன் பார்வை,
என்ன கண்ணின் பார்வையா,
இல்ல காந்த பார்வையா,
காளை மனதை கவர்ந்து,
இழுக்கும், உன் நினைவு எனும் சிறையில்,
என்னை ஆயுள் கைதி ஆக்கினாய்!
இயற்கை அழகே வியந்து
போகும் எழில் கொஞ்சும் அழகு அவள்!
பன்முக திறன் கொண்ட
பளிங்கு சிலை அவள்!
சூரியகாந்தி மலர்வதைபோல்
புன்னகையால் வாழ்வினை
வசந்தமாக்கும் என் இனியவள்!

இதய தூரிகன்

என் தூவல்(பேனா) கொண்டு எழுதும் எதிர்கால கனவு..

எனை தூங்கவிடா உன் நினைவுகளை
என் தூவல்(பேனா) கொண்டு எழுதுகிறேன்..
நாட்கள் மெல்ல நகர்கின்றன நடுநிசியில் விழிக்கிறேன்.!
விழியோரம் ஈரம் கசிகிறது துடைக்க
நீயில்லையென்பதே நிதர்சன உண்மை..!
காயங்களை பரிசளித்து சென்ற நீயெங்கே..?
கண்ணீரில் கரைகின்ற நான் இங்கே..!
திகட்டா காதல் தந்த எனக்கு தீரா காயம் தருவது
முறையா?..
நித்தமும் உன் நினைவுகள் நீங்காமல் என்னை
துரத்துகிறது..!
தூங்கவிடாமல் செய்யும் உன் நினைவுகளை தோண்டி
எடுக்கிறேன்.!
கண்ணுறங்காமல் கவிதையை என் தூவல்(பேனா)
கொண்டு
வடிக்கிறேன் உனக்காக.!
நம் கைகள் சேரும் நாளை எதிர்பார்த்தே
காத்திருக்கிறேன்..!

மாலினி இராதாகிருஷ்ணன்

என் நிலவே

நான் நிலவை ரசிப்பதை விட உன்னை நித்தமும்
ரசிக்கிறேன்!!!
வேலை இல்லை எனக்கு!!!
என் அழகிய நிலாமுகனே!!!
உன்னை ரசிப்பதை தவிர
வேறு வேலை இல்லை எனக்கு!!!
கல்லூரி நாட்களில் ஒளிராத நட்சத்திரம் போல ஒளிந்து
கொண்டேன் உன்னை கண்டதும்!!!
இரவில் தோன்றும் விண்மீன்களில் நிலவை தேடுவது
போல இடைவேளை நேரத்தில் உன்னை தேடும் என்
விழிகள்!!!
இருளில் ஒளி பூக்கும் மின்மினிப் பூச்சிகளாய்
உன்னைக் கண்டதும் முகம் மலர்கிறேன்!!!
வளர்பிறையாய் வளர்ந்து வந்த நம் காதலில் யார்
திருஷ்டி பட்டதோ தெரியவில்லை!!!
நிலவு கூட சுடும் என்று நீ கோபப்படுகையில் அறிந்து
கொண்டேன்!!!
தேய்பிறை நிலவாய் சில நாட்களாக என்னைவிட்டு
கொஞ்சம் கொஞ்சமாய் விலகிக் கொண்டு
இருக்கின்றாயே!!!
எப்பொழுது மீண்டும் பௌர்ணமி ஆவாயோ என்ற
ஏக்கத்தில் காத்திருக்கின்றேன் நான்!!!
நிலவு தோன்றாத அமாவாசை இரவில் (நீ என்னுடன்
பேசாத நாட்களில்) நம் நினைவுகளை கொண்டு
மனதை தேற்றுகிறேன்!!!

சி. திவ்யா

என் விரல்களின் தோழியவன் - எந்தன் தூவலன்

இறைவன் துணையே தூவலின்
துணைகொன்டுதான்- பிறக்கிறது எழுத்துகளாய்.
என்கவிகள் ஏட்டினில் அரங்கேற
காகிதங்களில்யுத்தம்செய்து -குப்பைகளில்
வீசியெறிந்தவன் இலக்கணப்பிழைகளால்.

அவன்தொப்பியால்-என்விரல்களை கவசமாக்கினான்.
என் இரவுகளின்-இனியதோழநிவன்
பாராட்டின் சொந்தக்காரன்
கையடக்கத்திருக்கும் பிடித்தஆசைக்காரன்.
எண்ணங்களின் மனசாட்சியானவன்.

மழலை முதல்மதிமங்கும்வரை உடனிருப்பவன்.
ஒருமுனை(பேனாமுனை) புரட்சியாய்
ஐவிரலோடு -அனைத்தையும்
ஆட்கொள்கிறாயடா!

Malathi Ramadoss

ஏக்கத்தின் விதை

அது இரவும் அகலாமல் பகலும் விடியாமல் இருந்த
நேரம்
தயக்கத்தின் முடிவுக்கட்டம்
தவிப்பின் தொடக்க ஆட்டம்
முடிவில்லா நாழிகை ஓட்டம்
சட்டென்று மொட்டுகள் பூவாகின
விண்ணைத் தாண்டா நிலவின் கண்ணாமூச்சி
விளையாட்டு
காற்றின் கருமேக நிழல்
இலைகளின் சேர்க்கையால் ஊசலாட்டம்
எந்தன் மயக்கத்தைத் தெளிக்க தூவானம் வீசிய
நீர்ப்பாசனம்
கடிகார முட்களின் குறும்பாட்டம்
எந்தன் ஏக்கம் கானல் நீராய் என் கண்ணிலே நீராக
அடுத்த படியாக எந்தன் முதல் படி உந்தன் முன்பு
தானடி...

ப.ஹரிணி

ஏக்கத்தோடு காத்திருக்கும் காதல்

கண்ணுக்குத் தெரியாத மாயச் சாலை அதில்
தொலைந்துப் போன நான் எங்கே?
காதல் எனும் அழகிய போரில்
குன்றாத என் காதல் எப்போது உன் இதயத்தில் இடம் பெறும்

கடலிடம் ஊடல் கொண்ட அலை அலைந்து திரியும் கரையோரம்
கண்மணியே, நீ என்னை நிராகரித்தால் என் நிலை என்னவாகும்

கடந்தக் காலத்தை நம்மால் திரும்பப் பெற இயலாது
காலன் வரும் வரை என் காதல் உனைத் தேடி
வருவது மாறாது

கதிரவனின் தோழியின் களங்கத்தை கடல்கறைக்
குறையாகப் பார்ப்பதில்லை
என் காதலில் களங்கம் என்பதில்லை, அதை
ஏற்கத்தான் உன் உள்ளம் தயாராக இல்லை

என்னோடு ஏற்கப்படாத ஓர் காதல் ஏக்கத்தோடு காத்திருக்கிறது
என்றைக்குத்தான் அளவில்லாத என் காதல் உன்
நெஞ்சில் அலவலாடுமோ?

Dhayaalini Gunasaigaran

ஏக்கம்

பறந்த உலகில்
பறக்கும் சிறகில்
பருவம் மருகில்
தனிமை வலியில்
தத்துவ பேச்சில் காற்றில் கலந்த
கவிஞனின் சிந்தனை தூது,

நேசம் மலர
இதய மேனி தூவலாக,
வற்றிய நீரில்
வரண்ட பூமியில்
நோக்கிய வண்ணம்
இயற்கையிடம் தூது,
விழியின் வழியில்
ஏக்கத்துடன் கரையும்
கண்ணீரில் காத்திருக்கும்
காதல் தூது.

முஹம்மது உமைர்

ஐந்திணை

பச்சைப் போர்வையிலே பகட்டாய் மிளிர்ந்த மலை
அதிலே குழந்தையெனத் தத்தித் தவழும் முகில்
அவனை ரசித்தேனே!

மையிருட்டாய் வான்மூடும் மரங்கள் கொண்ட
கானகத்தில் கழுத்து நீண்ட அழகுடைய மயிலதனை
ரசித்தேனே!

வானம் பார்த்த வயல்வெளியில் புதுப்பெண்ணாய்
நானம் கொண்டு பூமிபார்க்கும் நெற்கதிரின்
பூஞ்சோலையை ரசித்தேனே!

ஆர்ப்பரிக்கும் ஆழி அதில் காற்றடிக்கும் அலைகளிலே
கால் நனைத்து ரசித்தேனே!

மணல் ஏந்திய சோலைதனில் வெய்யோன் செய்யும்
ஆட்சியிலும் வேரூன்றி தலைநிமிரும் கள்ளி அதை
ரசித்தேனே!

இத்துணையும் ரசித்தாலும் இன்னும் ரசிக்கத்
தூண்டியதே இயற்கை உந்தன் அழகினையே!

காவியா செங்கொடி

ஒத்ததறிவான் உயிர் வாழ்வான்

தேவைக்காக வாழும் தெவிட்டிய வாழ்வினில்....
தேடி அலைந்து தேய்ந்து திரியும் நெஞ்சத்திற்கு,
வஞ்சம் இல்லாது தஞ்சம் தந்திடும்
வாஞ்சை கொண்ட மனிதம் பேசும் மொழி அது.....
"ஒப்புரவு" இந்த மொழி இழந்து மனிதன் திணறி,
ஊமையாகி போனதால் தான், அந்த
'சோமாலியாவினில்'....
பிஞ்சு உடம்பும் பஞ்சத்தால் மரிக்கிறது!!!!
ஒப்புரவு இன்றி ஓய்ந்து, மடிந்து போகும்
உயிரெல்லாம்....
இல்லாமையால் இறப்பதல்ல, இருப்பவன் இறங்கிடாமல்
இருப்பதாலே....
அயலான் அழுகையில் அன்னையின் உள்ளம் போல
அழுதிட வேண்டாம்....
அவன் காயங்கள் ஆற்றிட,தேற்றிடும் பொருளோ...
நல் வார்த்தையின் அருளோ...தந்திடுவோம்!!!
அறிவின் எண்ணிக்கையில் ஆய்வுகளால்
மனிதன் வேறுபட்டு இருக்கலாம்...
அன்பின் அடிப்படையில் கரம் நீட்டிடும்
அன்பனுக்கு யாவரும் ஒன்றுதான்...ஆறறிவோ
ஓரறிவோ,
ஒத்ததறிவோடு ஓயாது உதவிடுவோம்...
மனிதன் என்ற மாண்பை பெற்றிடுவோம்!!!

தென்றல் சங்கீதா

காகிதத்தின் காதல்

காதலியை கறம் பிடித்து வாழ நினைப்பவன்
பேனாவை கையில் எடுத்து சொல்லத் தொடங்குகிறான்

வலிகள் பின்னே வாழ பழகியவன்
காகிதத்தின் முன்னே சொல்லத் துனிகிறான்

காகிதத்தில் பிறக்கும் பேனாவின் வரிகள்
பலரின் கைகளில் புத்தகமாய் வாழ்கிறது

வாசிப்பவர்களுக்கு வாடிக்கையாளறவும்
நேசிப்பவர்களுக்கு காதலனாகவும்

பலரின் உள்ளத்திலும் உயிரிலும்
வரிகளானது வாழ்க்கையாக வாழ்ந்துகொன்டுதான்
இறுக்கும்

மொழி அறியா இசையைகூட
வரிகளின் மூலம் அறிந்துவிடலாம்

கபிலன்.மோ.ப

கண்ணேதிரே தோன்றினாள்

வேந்தன் என் அருகிலே

வெண்ணிலா அவள் வந்து நின்றாள்!

மனசிலே வெக்கையும் தாழ்ந்ததே!

வேள்விக் கண்களில்

வெக்கமும் வந்து தவழ்ந்ததே!

செந்தாமரை அவள் பேசுகையில் செம்மொழியும்

சொக்கி நின்றதே!

மறைக்கத்தான் நினைத்தேன்

மல்லிகை அவள் சூடியதில்

மயங்கி தான் போனேன்!

கட்டுண்ட இந்த காளையும்

வெட்டுண்ட அவள் விழிகளால்

சிக்குண்டு சிதறிப் போனேன்!

வழக்கு தான் தொடுப்பதா

உள்ளம் தான் வெறுக்குமா

அவள் என்னை கொள்ளை கொண்டதில்!

வானவில்லின் வர்ணமாய்

சற்றென்று தோன்றி மறைந்த அவள்,

என்னையும் ஒரு வானம் பாடியாய் மாற்றினாள்!

சாமிதுரை .ம

காத்திருந்த என் காதல்

காத்திருந்த கணங்கள் எல்லாம்
கண் இமைக்குள் ஒழிந்தன...
காத்திருந்த நாட்களெல்லாம்
கானல் நீராய் மறைந்தன...
காத்திருந்த பாதை கூட இன்று சறுகலாய் சரிந்தன....
காத்திருந்த என் மொழி கூட
இன்று மௌனமாய் அழுதன....
உனக்காக நான் காத்திருந்த நொடிகளும்
இன்று வேகமாய் ஓடின....
ஆனால் உனக்காக காத்திருந்த என் கண்கள் மட்டும்
எனோ இன்னும் பார்த்திருக்கிறது
உன் வருகைக்காக.

விஷ்ணு பிரியங்கா.க

காதல் அகரவரிசை

அன்பாய் பேசிட ஆசைகொண்டு பார்த்திட,
ஆனந்தமாய் களித்திட அரவணைப்பில் நெகிழ்ந்திட,
இன்னொரு அன்னையாகிட இனிமையை உணர்ந்திட,
ஈன்றவர்களினும் அன்பாகிவிட்ட
உனதன்பில் நெகிழ்ந்திட, உன்காதலை ஈன்று மறுபிறவி அறிந்திட,
ஊமையாய் நின்கண்களிட்ட கட்டளைகளை முடித்திட,
எதிலும் நீயாகிட நீ என்தாகிட,
ஏகாந்தமாய் மார்சாய்ந்திட எம்மை நீ ஏந்திட,
ஐயமில்லா காதலாகிட ஆசையே நீயாகிட,
ஒவ்வொன்றும் நிஜமாகிட அணுவெங்கும் காதலாகிட,
ஓசையற்ற கனவாகிவிட்ட நின்காதலில் கரைந்திட,
காத்திருக்கிறேன் நீ கணவனாகிட
நான் உன்னுள் ஓரணுவாகிட..!

ரூபிணி சோமசுந்தரம்

காதல் எதிர்மறை

ஒருகணப் பார்வை கேட்டான்
ஓரக்கண் பார்வை தந்தேன்,
சிலக்கண விரல் கோர்ப்பு கேட்டான்
சிலிர்க்க வைக்கும் தீண்டல் தந்தேன்,
நடைப் பாதையில் உரசல் கேட்டான்
தடைப்போட்டு சினுங்கள் தந்தேன்,
அழகாய் சிலவரி பாடல் கேட்டான்
அறிவாய் ஒருவரி கவிதை தந்தேன் "ஹம்",
உயிர் பறிக்கும் முத்தம் கேட்டான்
உதட்டை சுழித்து வெட்கம் தந்தேன்,
எதிர்மறை நானென
எடுத்தெறியும் ஆள் அல்ல என் கண்ணன்
எது செய்தாலும் எனதென என்னை
அள்ளி அரவணைக்கும் ஆள் அவன் என் மன்னன்..

ஞாழல்

கல்லூரி காலம்

அழகிய அத்தியாயங்களும்,
அழியாத அனுபவங்களும்,
கலையாத கனவுகளும்,
கணக்காத கடமைகளும்,
ஓயாத சிரிப்புகளும்,
ஒன்றிரண்டு சிக்கல்களும்,
சன்னலோர பயணம்போல்
சட்டென முடிவுக்கு வந்து நிற்கும்
கல்லூரி நாட்கள் என்றென்றும் நெஞ்சோடு நீங்கா
நினைவுகளுடன்!
கடந்து செல்லும் வழியில்
கண்ட பூஞ்சோலையாய்
வசந்தம் பூக்கும் தோட்டமாய்
நட்பு, காதல் என அனைத்தும்
கற்றுத் தந்த கல்லூரி இன்று சமூக இடைவெளியும்
சேர்த்தே கற்றுத்தரும் நிலையில்!!

சந்தியா லட்சுமி

கவி காதலி

கவி புனையும் கவிதையே...

கவிதையாய் நீ புனையும் ஒவ்வொரு வரியும்....உன்

கவி காதலை கண்முன்னே நிறுத்துதடி!!

கணநொடிகளையும்....

கவிதையாய் புனையும் காவிய காதல் நீயடி!!

பிஞ்சு விரல் ஸ்பரிசம் போல் மென்மையில் அழகு

சேர்க்கும் வெண்தாமரை மலர் நீயடி!!

மழைத்துளிகளைப் போல்....

நினைவுகளை சேகரித்து கவிதையாய் உருவாக்கும்

கவிசிற்பி நீயடி!!

எம்....

கவிதாயின் மடியில் தவழும் கவி காதலியே!!

Padmavathi

கிராமத்து வாசனை

மச்சான் ஓடையும், கருவேல
மரங்களும் புதர் மண்டி
கிடக்கும் கொல்லம் பழத்தினை
முள்ளரணாய் காத்திட..
உச்சி வெயில் மண்டையை
பிளக்க, காட்டு முள் காலை
கிழிக்க, தலை நரைத்த
கிளவிகள் சுள்ளிகளை பொறுக்கிட..

மங்கையும், மடந்தையும் வட்டச்
சம்பளமிட்டு பனையோலையில்
வட்டி, பெட்டியை
கெட்டியாய் முனைந்திட..
சித்திரை வெயிலோடு விளையாடி
கார்த்திகை மழையோடு உறவாடி
தேரி மண்ணோடு மல்லுக்கட்டும்
சிறுவர்களோடு பெரியவர்கள் சிரித்திட..

பனையிலான கட்டிலிலே
பனையிலான கருப்பட்டியை
பனையின் பைனியோடு
அமர்ந்து பனையாட்கள் ருசித்திட..

அடுப்பங்கறையிலே மதனி
ஆக்கிய மீன்குழம்பு வாசம்
பனையேறப் போன பாச
மச்சானை சுண்டி இழுத்திட..

முத்துநகருக்கொரு ஊரென
ஊருக்கொரு கோவிலென
கோவிலுக்கொரு கொடையென
பண்டிகைகளும், தசராக்களும்
பாரம்பரியத்தை பறைசாற்றிட..
பணத்தில் வாழுதய்யா உங்கள் நகரம்
பாசத்தில் வாழுமய்யா எங்கள் கிராமம்
முடிந்தால் வாருமய்யா முற்றும் துறந்து
சேர்ந்து வாழ்வோமய்யா கிராமத்து மனிதர்களோடு..

செந்தூரர் செல்வன்

குப்பைத்தொட்டி

தெருநாய்களுக்கு பசி ஆற்றும் பாத்திரம்
ஒதுக்கிய ஓர் உள்ளதின் நம்பிக்கை
விலையற்ற பொருட்களின் வீடு
ஒதுங்கி நிற்கும் ஒரு அனாதை
சிரித்துக்கொண்டே இருக்கும் ஒரு சுமைதாங்கி
மனிதர்களின் அழுக்கை பிரித்து அதை தன்னுள்ளேயே
புதைக்கும் நல்லுள்ளம்
பூமியில் யாரும் கண்டறியாத ஒரு நட்சத்திர பெட்டி
தேவைப்படும்போது மட்டும் கண்ணுக்குத் தெரியும்
நான் ஒரு குப்பைத்தொட்டி

அருண் வள்ளுவன்

குழிப்பறித்தாள்

விழி வீசி எறிந்து- என்
மொழி பறித்து மனதுள்
குழிபறித்த குமரியே
உன் விழி பேசும் அழகை
கண்ணொற்றி இரசிக்க
பின்னலைந்த காலம்
பொன் தூவும் பொற்காலம்

காதலின் காதலே
சேர்தல் இல்லையெனினும்
சாதல் வரை உன் மோதும் விழி போதும்
தீது என்று நீ தீயெனச் சுட்டாலும்
தீந்தமிழாய் இனிக்கும் உன்னில்
திளைத்தெழும் சொற்கள்

மாதே மௌனமே யாதும் நீயென
போதும் என்றோதும் புலவன் அல்ல நான்
உன்னில் புதைந்தவன்

தியான்

கொஞ்சம் பேராசை தான்

ஒரே நொடியில்
இரு வரி குறள் போல்

முத்தமிழும் சேர்த்து
நானிலம் போற்ற

ஐம்பூதங்களை அடக்கி
ஆறு அறிவை கடந்து

ஏழாம் அறிவை பற்றியும்
எட்டு திசைகளும் ஒலிக்க

ஒன்பது கிரங்கள் தாண்டி
பத்து பொருத்தம் போல்

பல பல கவிகள் படைத்து கவிஞன் என்று
பெயர் பெற்றிட
கொஞ்சம் பேராசை தான் எனக்கு.

Kifayathunnisa

சுமைத் தாங்கும் தாய்!...

கையில் குழந்தை
தலையில் சித்தாளு போன்று சுமை...
வறுமையில் செய்கிறாள் வேலை
அதிலும் குழந்தைக்கு இருக்கிறாள் நல்ல தாயாய்...
வாழ்வில் தலைக்கனம்என்று
வாழ்வோர் மத்தியில்,
தலைக்கனமே வாழ்வு என வாழும்,
தாயை காப்போம்!
தாய்மையை போற்றுவோம்!

ஜி.மிஜினா

தந்தை மகள் அன்பு

உப்புமூட்டைக்கூட தூக்க தெரியாதவன்
தன் உலக அழகியை
உலகம் சுற்றிக்காட்ட வேண்டும்
என்று துடிக்கிறான்
நடந்த பத்து மையில் தூரத்திலே
கால் வலிக்கும் உனக்கு
"போதும் நீயும், உன் உப்புமூட்டையும்",
என்று அழகு மொழியில் அடம்பிடிக்கிறாள்
அழகுநங்கை
தந்தை மகள் உறவு
கலப்படம் இல்லாத
தாய்ப்பாலுக்கு சமம்
தாயின் பாதியும் தாரத்தின் மீதியும்
கலந்த கலவை அவள்
கள்ளம்கபடமில்லாத
அழகி அவள்
இருவரின் அன்பில் பொய்யில்லை
இருவரியில் இவர்களின்
அன்பு அடங்குவதில்லை

பா.கவுசிகா (பார்கவி)

தவிக்கும் உள்ளம்

கணக்கில்லா மக்கள் தொகையில்
என் துயரை துடைக்க யாருமில்லை
வண்ணங்களில் பல விதம்-ஆனால்
என்னை அலங்கரிக்க வண்ணமில்லை

அன்பு கடலளவு சென்றாலும்
என்னிடம் பகிர உள்ளமில்லை
பண்டிகை தாராளம் தான்-ஆனால்
நான் இன்புற முடியவில்லை

ஆயிரம் கண் கொண்ட கடவுள்
என் துயரைக்காண தவறிவிட்டாரோ..?
பிறப்பால் தொடங்கும் பந்தம்
என் பிறப்பால் தனிமை ஆக்கிவிட்டதே..!

இப்படிக்கு,
அனாதை இல்லத்தில் நான்.

தெ.நர்த்திகாஸ்ரீ

தற்கொலை

நட(ப்பது)ந்தது கொலையல்ல தற்கொலை,
நடக்கப்போவதும் கொலையல்ல தற்கொலை...
நாங்கள் பார்த்தோம் அடித்து உதைத்தார்கள் கத்தியால்
குத்தினார்கள், ஆதே கத்தியால் மிரட்டினார்கள்,
நடந்தது கொலையல்ல தற்கொலை....
காணொளி எடுத்தோம் காசொலி கேட்டு வீழ்ந்தது....
உண்மை காதலைச் சொன்னோம்
நாடகக் காதலாய் ஆனது...
பொய்யுரை மெய்யுரை ஆனது,
நீதியும் சா(ச(க))தியில் வீழ்ந்தது.

சூத்திரம் யாதெனின்
சாதிகள் இல்லை யென்றுரைத்து
மறைமுக வினாக்களில்சாதியை அறிவதே...
அம்பேத்கார் சிரிக்கிறார்,
பெரியார் நகைக்கிறார்,
நாளை நீங்களும் தற்கொலை செய்யப்படுவீர்களென்று...
ஆம் நட(ப்பது)ந்தது கொலையல்ல தற்கொலை.

அருண்பிரசாத் த

துயில் ஆடும் மயில்

கார்மேகம் கதை கூற
ஜன்னல் ஓர நிலா கண்டு
நீ ரசிக்கும் மண்வாசம் மணம் கமல
மழைத்துளி மெட்டுப்போட்டு
இடிகள் இசை இசைக்க
பற்கள் தாளம் தட்ட
காகிதக் கப்பலில்
உலா செல்ல துடிக்கும்
கனா கண்டு வியந்தேனடி
உன் குறும்பினில்.
வானத்தினை அள்ளி
போர்வையாய் முடித்து
மேனியில் படற
மயிலிறகில் மெத்தை இட்டேன்
என்னவளே
நீ கண் உறங்க...!

R.Praveen kumar

வல் ரசிகை

அவள் அழகை ரசிக்க கொஞ்சம் கனா கண்டேன்!
கனா கலைந்ததும் யாவும் மறந்துப் போனது,
மீண்டும் மீண்டும் கண்டேன்
அந்த அழகிய தேவதையின் உள்ள அழகை ஓர்
கனவாக,
இந்த முறையும் கனா கலைந்தது!
ஆனால், நான் கண்ட என் காதல்
கனாவை மீட்டெடுத்தேன்
தூவலின் துணைக்கொண்டு!
என்றும் அழியாத அவளின் நினைவுகள்,
எனக்கு தூவல் தந்த பரிசு!
தூவல்- பேனா

ரித்திகா.பு

தூவல் ரசிகை

வானம் கொட்டும் மழையிலும்
பூக்கள் கொட்டும் தரையிலும்
பனி கொட்டும் இரவிலும்
என் காதலை உன் மீது
கொட்ட தான் ஆசை.
என்னசெய்வது?
வீட்டுக்காவலில் நான்,
தூவலை கொண்டு காகிதத்தில் தூவுகிறேன் நம்
காதலை.
தூவல் மட்டுமே துணையாகி பயணிக்கும்
இத்தருணத்தில்
தூவலின் ரசிகையானேன்.

கி. ஹேமா

தூவல்(பேனா) ரசிகை

என்னவனைப் பற்றி உன்னிடம் கிறுக்கி
என் மனதை வெள்ளை தாளாக மாற்றிவிட்டேன்
ஆனால்
நீயோ உன் துயரங்களை யாரிடம் கூறுவது
என அறியாமல் மையை சிந்துகிறாயே.
பலரின் வெற்றிக்கு காரணமாகவும்
சிலரின் தோல்விக்கு காரணமாகவும் உள்ள
எழுதுகோலே
உனக்கு கிடைத்தது வெற்றியா?இல்லை தோல்வியா?
உலகில் பல உறவுகள் நீடிக்கப்படுகிறது
சில உறவுகள் துண்டிக்கப்படுகிறது ஆனால்
நம் உறவைப் பார்த்து அந்த நிலவே
பொறாமைகொள்கிறதடா!
என் புத்தகத்தை கையில் தொட்ட நாட்களை விட
உன்னை கையில் தொட்ட நாட்களே அதிகமடா.
அளவுக்கு மீறிய அமுதமும் நஞ்சாகும் ஆனால்
நீ என் அருகில் இருந்தால் நஞ்சு கூட தேனாக
மாறிவிடுமடா. இப்படிக்கு என்றும் உன் ரசிகை ஆன
நான்...

வெ. ஜெய்ஸ்ரீ

தூவலின் ரசிகன்

என்றிலிருந்து காதல் உன் மீதென்று யானறியேன்!
முதன் முதலாய் உனை என் கைகளில் ஏந்திய
நாளன்றோ?
அன்றி...
என் ஆசிரியை போட்டி வைத்து பரிசாய் உனை
அளிப்பேன் என்று கூற
பங்கு பெற்று உனை வென்றிட்ட அன்று முதலா?
அன்றி....
என் கவி பயணம் துவங்கிய நாளில் இருந்தா?
அன்றி..
கவிதை அவளை என் விழிகள் காண..
என் விரல்கள் அவள் அழகை உன் வழியே
எடுத்துரைக்க துவங்கிய தினம் முதலா?
எதுவாயினும்..
தூவலே உனை தீண்டிய நாள் முதலாய்
இன்னும் ரசித்து கொண்டிருக்கிறேன் உனை.. ரசிகனாய்!

தனிமையின் காதலன்

தூவலின் மை

தூவானத்தின் தூரலில்
துளிகளால் மனது கரையும்!
தூக்கம் தொலைத்த இரவு
தூவல் கவிதைகளால் கரையும்!
அவள், அவள் மீது கொண்ட ஆவல்
ஆவலால் கலைந்த தூக்கம்
தூக்கத்தை தொலைத்த எண்ணங்கள்
எண்ணங்களை சொற்களாக்க
தொலைபேசி அழைப்புகள்
தொலைந்து போகலாம்!
குறுந்தகவல்கள் கூட
மறைந்து போகலாம்!
தூவல் கொண்டு
பெண்ணிற்க்கு மையிட்டேன்
அழியாது
என் மையும்
அவள் பெண்மையும்

ரகுராமன் அ

தூவியதோர் தூரிகை

திசையாவுமெ ண்ணத்தில் சிலிர்த்து நிற்பின்/
தித்திக்கும் சிதறல்கள் தூரிகையில் தூவிடுமே/
சிந்தைகண் ணுதிக்கின்ற கருகுழவி பலவண்ணம்/
சிங்கார நுவலெனவே நூலிற்க்குள் கொட்டிடுமே/
சிறுகுழிசிற் பெருவழுவம் புகுத்தலுமே பெருங்களிற்றை/
சிறுவீர்க்கில் சிறுவர்கை இயற்றதுதலும் சாத்தியமே/
முகரிமை கொண்டோரின் மூளைக்குள் தூரிகையோ/
முட்டிவிட வறிவிலியின் வாழ்வுதனை கக்கிடுமே/

துளிவிழி கண்ணீர் மல்குதலை வான்வளர்/
துளிநீலமி ட்டிங்குமீட் டலும்தீட்டலும் சாத்தியமே/
அரும்பெருங் காவிய நாயகரும் முற்றுணர்/
அழிலியிற் ஆழ்மனத்தை வன(ள)ப்புற செப்பிடுமே/
உயிருணர்மை யும்நீங்குங்   காலொற்றென
உயிர்துறத்தலும்/ நீதியன்று, ஏட்டில் சாகுபடி
செய்தோனை/
சாகும்படி செய்கின்றானென தூவியது தூவலே!!!

கவிஞர். நிழல்@ மே .மு .மணிமாறன்

தொல்லை களத்தில் - இவன்

இருவர் இணைந்து ஈன்றெடுத்த பாலன்,
நிகரில்லா பரிசின் சொந்த செல்வன்,
தித்திக்கும் தேன் பால் போல் தாங்க,
வளர வளர சேட்டைகள் ஓங்க,
வீதி வாசலில் ஓடி ஆடி விளையாட,
தட்டிலே உறங்கும் சோற்றை வாயிலே விழிக்க,
அங்கும் இங்கும் ஓடி திணிக்க முயற்சித்தாள்!..
அவனோ!வெண்காலில் சுற்றிய சலசல
சத்தம் சிதறி தெறிக்க ஏமாற்றுகிறான்!..
ஒரு பிடி சோறும் உள்ளே கேளா,
உந்தன் குறும்பும் குசும்பும் என்னிடம் சிக்கா,
கரங்களை கடத்தி,மொழிகளில் அகட்டி,
கண் அருவிகள் நீர் கொண்டு வழிய,
குறும்புக் குமாரனுக்கு சோறூட்டினாள் சோர்ந்தத்தாய்!..

கலாம் நேசகி அபிதா

நான் கண்ட அழகு

வஞ்சத்தின் நஞ்சை நெஞ்சில்
சுமந்து - பொய்யாக நயமிட்டு
வேடிக்கை நடத்தும் மானிடனை விட தனிமை அழகே!
தனிமையின் அமுதை அருந்தி
தனக்கான உலகத்தில் தனித்து திளைத்து
நிற்கும் இவன் இழப்பதற்க்கு ஏதுமில்லை!
வேடந்தரித்த பந்தத்தின் சரிவில்
சிக்கி தவிக்காமல் - புது பயணம்
தேடி உன் பாதையில் செல்!
எவருக்கும் அடிமைப்படா வாழ்வியலின் அழகை
சிந்தாமல் ஊட்டும்
தனிமையின் அழகே
அழகுதான்!

ஹேமந்த்
(சொல்லப்படாத வரிகள்)

நான் கண்ட சமூகம்

வானம்பாடியச் சிட்டுக்குருவிக்கு
வேளிப்போட்ட மூன்று முடிச்சு,
பூ போன்ற நெஞ்சை பூட்டி வைத்தவன் எவனோ,
மூன்று முடிச்சில் மூலையில் முடக்கி வைக்கும் சமூகம்,
நம் சமுகம்.

உங்கள் செல்வா

நிராகரிப்பு

நிராகரிப்பு என்பது
மண்ணில் வீசப்பட்ட விதைபோல,
தானாய் கொண்ட
உறுதியில் உரமாகி செழிக்கும்.
நிராகரித்தவரே நிழல்
தேட அம்மரத்தின்கீழ் ஒதுங்கலாம்.
காலமும் மாற்றமும்
பல அதிசயங்களை நிகழ்த்தும்..

கமலா

நினைவுகள்

கண்கள் மூடலில் கலையாத கனவாய்...
காணும் காட்சியில் மறையாத உருவாய்...
இதய வானம் பிரியாத மேகமாய்..
உதயம் காணத் துடிக்கும் ஆதவனாய்....

எண்ணற்ற மௌனத்தில் கரைந்து உருகி...
உள்ளக் குமுறலில் அனுதினம் கருகி...
தன்னிறம் மாறா தனிப்பெரும் சுடராய்...
அகத்திலே அலைமோதும் நினைவது சுகமே...

காலங்கடந்து போனாலுமே காயமது கண்டாலுமே...
தகித்தாலும் சுகித்தாலும் தாலாட்டிச் செல்லும்...
நிழலாய் உடன்வரும் நினைவுகள் தொடர்கதையே...
கல்லறை தழுவிடாமல் உயிர்ப்புடன் உலாவிடுதே...!

அமுதகவி எகே

நீர்

பஞ்சமில்லா வாழ்வைத் தரும்
பஞ்சபூதங்களில் நீரும் ஒன்று,
பரந்து விரிந்து கிடந்தாலும்
பலகோடி மக்கள் பருகுவதற்கு
தூய நீரில்லையே இன்று.
உருவமற்ற திரவத்திற்கு நிறமும் இல்லை,
கொட்டும் மழைநீரை சேகரிக்க ஆளுமில்லை.
நீரில்லா கோளும் நிலவாக மாறும்,
நீரிருந்தால் நிலவும் பூமியாகத் தோன்றும்.
ஓடும் பாதைகளைத் தடுத்தால்
புதிய பாதைகளை உருவாக்கும்,
கல்லெறியும் மக்களையும் கண்டு
கொள்ளாமல் செல்லும் நீரினைப்
போன்றே நாமும் வாழவேண்டும்,
போகும் இடமெல்லாம் நின்பெயரை
ஊர் சொல்லல் வேண்டும்...

உயிர்த்தெழு நதியா

நெறி கொண்ட வாழ்வு

அயர்ந்த நிலையில் - மனம்
சீர்மை குழையும்!
தளர்ந்த நிலையில் - உடல்
வலிமை குறையும்!
பயந்த நிலையில் - உயிர்
பித்தம் கொள்ளும்!
துன்ப நிலையில் - அறிவு
தெளிவு சாயும்!
கற்பனை நிலையில் - ஆற்றல்
மந்தம் இருக்கும்!
துணிவு நிலையில் - நல்லெண்ணம்
விதியை மாற்றும்!

சூர்யா சிவன்

நேசமதில் வேசமில்லை

நேசமென்பதும் ஒருவகை போதைதானே!...
அதைக் கடந்து வாழ்பவனும் இங்கு ஞானிதானே!...
உன் காதலில் உறுதியான
உண்மையான பாசமெனில் ஊன்றி நில்!...
உலுத்துவிடுமெனில் உள்நுழையுமுன்னே
உதவாதென உதறிவிடு!...
உடன் வருவேன், உயிர் காப்பேனென ஊமை
மொழிகளால்,
உருவமில்லா உள்ளமதை உருக்காதே!!...
உன்னில் நான்,உன்னால் நானென
உவமைப் பொய்களால்,
நெஞ்சமதை
வஞ்சம் வைத்து வதைக்காதே!!...
உளமாற பரிதவிக்கும் இருதயங்களின் அன்பு
உண்மையெனில்,
ஒருபோதும் உருக்குலையாது!!...
உருவங்கள் தேய்ந்தாலும்,
உணர்வால் வாழும்!!!...

M.Nandhini (கவிக்குயில் கண்மணி)

பத்து மாதம் படும் பாடு

பத்துமாதம் ஈருயிர் ஓர் மெய்யில்
சிசுபாசத்துடன் கூடிய சிறைவாசம் அவளுக்கு
பத்து நிமிடம் சேர்ந்ததில் பாவம்
அவளுக்கு மட்டும் பத்துமாதம் தனிமை
காலையில் தொடங்கும் காலை கலக்கம்
மாலை வரை தொடரும் மயக்கம்
இடையில் ஹார்மோன்களின் கண்டபடி இயக்கம்
இருந்தும் அந்த பிஞ்சு கால்களால்
எட்டி உதைக்கையில் பறந்துபோகும் வலிகள்
பிரசவம் நெருங்க தொற்றிக்கொள்ளும் பெரும்பயம்/ல்
சுகப்பிரசமா? சிசேரியனா என்ற பயம்
இருந்தும் பிள்ளை நல்ல படியாக
இந்த உலகிற்கு வந்தால் போதும் என்பாள்
எல்லாம் அம்மா என்ற அந்த
ஒற்றை வார்த்தை காதில் கேட்க
பத்து மாதம் அவள் படும்பாடு

Uthaya Kumaran

பிரபஞ்சத்தின் அசரீரி

தூரம் செல்லாதடி என் கண்ணம்மா
துக்கம் தொண்டையை அடைக்கிறது...
ஒரே ஒருமுறை என்னிடம் வந்துவிடு
என் மொத்த உலகமும் நீயே தானடி...
முரண்டு பிடித்த காதலாக தெரிகிறதோ
இவன் காதல் பித்து பிடித்த பித்தனடி..
இறுக்கி அணைத்து நீ எனக்கானவள்
எனக்கு மட்டுமே ஆனவள் என சொல்லும் நாள்
எந்நாளோ.....
அந்நாளில் உன் இதழியல் பாடத்தை
நான் கற்றுக்கொடுப்பேன்......
நீ எனை விரும்பாத பொய் வேஷத்தை
உன் கண்ணீரில் நான் கரைப்பேனடி....
தொலைவில் இருந்தாலும் தொலைந்த
போகாத உன் நிழலாடும் நினைவிருக்கிறது...
என் காதலும் உன் காதலும்
கைக்கூடும் இது பிரபஞ்சத்தின்
சத்தியமடி என் கண்ணம்மா.

M. Priyatharsini

பெண்

பெண்மைக்காய் பெண்ணை பார்ப்பவர்கள்
கர்ப்பை கருப்பையில் வைத்திருப்போராய்
தெரிவோர்க்கு,
மாதவத்தின் அகம் மலர தெரியாதாம்,
திருமணம் செய்தால் சரி ஆக்கிடுவானு
அவனை மட்டும் சொல்வோர்க்கு
இவனை திருத்த முடியாதாம்,
இவள் வந்தும் ஆம்பல்னு திரிரவனை
சாமி வந்து தான் மாறுவான்னு
அம்பது வயசு வர தாங்கி,
அவன் கூட தூங்கி மிருகத்தை மனுசனாக்கவே
இவள் பிறப்பெடுத்தாலோ?
உள்ளதும் இழந்து போய் இளமையும் கடந்து
இவள் மட்டும்,
ஏன் அவளாய் இல்ல?
பிறக்கும் போதே ஆண் என சொல்லி வளர்த்து
வீண் ஆக்கி விட்டுட்டு,
மகளாக வந்தவள்,
குடும்பம் செழிக்க வேணும்னு
கட்டிக்கொடுத்த அவ அப்பன் ஆத்தாளும்
பெட்டை கோழியா பொத்தி வளத்து
நரி கூட வாழ சொன்ன
சுயநலத்தால செஞ்ச கல்யாணம்
அவ கருமாதியோட முடிஞ்சு போக
புதைஞ்சி போனது
அவளோட வாழ்க்கையும்.

Kuzhali Ravan

பெண் கொடுமை

குருவியாய் திரிந்த என்சிறகை பிடுங்கி
வானில் விரிந்த என்உடலைக் குறுக்கி
கீச்சென்ற கதறலோடு நீசிதைத்தது என்ஊனை அல்ல
இன்றோ ஒருவேளை பசிக்காக என்னை
இரையாக்கினாய்
உன்வாழ்நாள் பசிக்காக இரையாகுவோர் எவரோ!
உன்காமவெறியால் சிதைந்தது என்ஊனெனில்
என்றோ அவ்வூன் மண்ணுக்கு இரையாகும்
உரம்தானடா
அம்மண்ணுக்கும் இரையாகாமல் சுற்றித்திரியும்
உன்காமவெறி
இன்னும் எத்தனைக்காலம் பெண்ணியத்தை
சிதைக்குமோ!

மு. அலிமா ஆசிபா

பொக்கிஷங்கள்

ஆரஞ்சு நிற வானமும்
வானத்தில் சில்லென்ற காற்றும்
காற்றும் தவிர்த்த வெப்பமும்
வெப்பம் உமிழும் வியர்வையும்
வியர்வையிலும் குளிக்காத உடலும்
உடலில் கிழிந்த உடுப்பும்
உடுப்பில் இல்லாத சில்லறைகளும்
சில்லறையை சேர்த்த நட்பும்
நட்பில் கோர்த்த கனவுகளும்
கனவுகளில் மூழ்கிய காதலும்
காதலில் தவறிய வாழ்க்கையும்
வாழ்க்கையில் இந்த நினைவுகளும்
பொக்கிஷங்கள்....

Santhana karthick

மகிழ்ச்சி உங்களிடம்

மலையிலும் சிறு மண் துகள்கள் உள்ளது!

இலையிலும் சிறுநீர்த்துளி உள்ளது!

இருப்பிலும் சிறு ஈரம் உள்ளது!

கோழிக்கும் சிறு இறகு உள்ளது!

பாயிலும் சிறு பருத்தி உள்ளது!

பழத்திலும் சிறு கொட்டைஉள்ளது!

இருட்டிலும் சிறு வெளிச்சம் உள்ளது!

செருப்பிலும் சிறு மலர்கள் உள்ளது!

கீற்றிலும் சிறு இசை உள்ளது!

கொசுவிலும் சிறு அன்பு உள்ளது!

தோல்வியிலும் சிறு வெற்றி உள்ளது!

சிறுசிறு என்று சிந்தித்துப் பார் ஒரு நாள் அது

பெருகும் அதுவே பெரியதாகும்..!!

சிறிது சிறிதாய் சாதியுங்கள் முத்துக்கள் தற்கொலை

செய்துகொள்ள வேண்டும் உங்கள் சிரிப்பின் முன்!

மேனகா தேவன்

மங்கையென்னும் மடமை

அன்று... யாரோ ஒருவனாய் அறிமுகமானாய்,
விழிகளால் என் வழியை தொடர்ந்தாய்,
என் வழி(லி)யில் என்னுடன் நடந்தாய்,
என் பிம்பமாய் நீயிருந்தாய்,
கூரிய விழியால் என் மானம் காத்தாய்,
உன் அருகாமையில் தாயை உணர்த்தினாய்,
துகிலுரியும் சமூகப்பார்வையில் தப்பித்து,
உன் அரவணைப்பில் சிக்கவைத்தாய்,
யாரோ ஒருவனான நீ, யாதுமாகி போனாய்...
இன்று...யாதுமாகி இருந்த நீ, யாரோ ஒருவனாகி
போனாய்...
பல வலிகள் நீ தந்த போதிலும்,
களைத்துப்போன கண்களும், வறண்டுபோன
கண்ணீரும்,
கணத்துப்போன மனதும், மறத்துப்போன காயங்களும்,
உன்னிடம் விலகவே முற்பட்டாலும், இடைவெளிவிட்டு
நானிருந்தாலும்,
இதயம் மட்டும் ஊமையாய் உனதருகில்...
நீ விட்டுச்சென்ற இடத்திலே நின்றிருக்கிறேன்,
உன் நினைவுகளில் மூள்கியே நான்..
அன்று, அரவனணைப்பு தந்து, இன்று, அனாதையாக்கி
போனாய்....

Chandra Priya J

மழை

வருணன் வாக்களிக்க,

வானம் வழிவிட,

வண்ணமயமான வானவில் வட்டமிட,

சூறாவளிச் சுழல் சுற்றி வளைக்க,

சூரியன் சுகம் தர,

தென்றல் தாலாட்டுப் பாட,

நீர்க்குமிழியாய் நின்றப் புயல்,

காற்றுடன் கவிப் பேசி,

கண்களைக் கவரும் கலையில்,

கட்டணமில்லாமல்,

மழைத்துளி மண் மீது தெளிக்கும் பொழுது,

ஊன் மறந்த உழவன் உயிர்பெற்றான்

இலக்கியா

மழைத்துளிகளும் மைத்துளிகளும்

மழைத்துளிகள் பெரு வெள்ளத்தை உருவாக்கும்
என் பேனாவின் மைத்துளிகளோ கவிதையை
உருவாக்கும்
வெள்ளமோ கடலில் சேரட்டும்
என் கவிதையோ உன்னை வந்து சேரட்டும்
கடலில் அலைகளும் நிற்கப் போவதில்லை
நானோ உன்னை பற்றி எழுதுவதை நிறுத்த
போவதுமில்லை
என் கவிதையின் ரசிகை நீ
உன்னை ரசிப்பவன் நான்
கடலும் அலையுமாய்
நீயும் நானுமாய் அன்றும் இன்றும் என்றென்றும்.

இவன் விக்னேஷ்

மனதின் விடியல்

அறிவார்ந்த அறிவியல் ஆக்கத்தை பேசுகிறாயா பேசு
ஆன்மீக அரசியல் அவலத்தை பேசுகிறாயா பேசு
இழிவான பாலியல் வன்கொடுமை பேசுகிறாயா பேசு
ஈன்ற பெற்றோருக்கு இல்லம் இல்லாமையை
பேசுகிறாயா பேசு
உயிர் கொடுத்த பிள்ளைக்கு அரசுத்தொட்டிலை
பேசுகிறாயா பேசு
ஊரறிய குழந்தை தொழிலாளித்துவத்தை பேசுகிறாயா
பேசு
என்றுமே ஒழியா தீண்டாமையை பேசுகிறாயா பேசு
ஏமாற்றி ஏய்க்கும் கயமையை பேசுகிறாயா பேசு
ஐயமே ஏற்படா புரளிப் பொய்மையை பேசுகிறாயா
பேசு
ஒன்றே குலம் ஒற்றுமையே பலத்தை பேசுகிறாயா பேசு
ஓடினாலும் ஒளிந்தாலும் தீமை தோற்குமென்பதை
பேசுகிறாயா பேசு
ஔவை மொழி சாலச்சிறந்ததை பேசுகிறாயா பேசு
உறக்கமின்றி எழுத்துக்கள் பேசிகொண்டேஇருக்கும்
என்றோ ஒருநாள் மனிதம(னதி)(தியி)ல் விடியல்
வருமென்று!

ஆ. சிவரஞ்சனி ரமேஷ்

மொழி காதல்

காதலில் விழுந்தோரின் பட்டியலில்,
நானும் இன்று!
அவர்கள் விழுந்ததோ பெண்
அவளின் விழியால்!
ஆனால்,
நான் விழுந்ததோ தமிழ்
எனும் மொழியால்!

சி. ஜெயபாரதி

வரமெனும் யாசகம்

விழியை நெருங்கியும்,
நெருங்காமலும் தொட்டு
சொல்லும் புரியாத கனவிலும்
கண்களை மட்டும் நிரப்பும் கானல் நீரில்
சின்ன, சின்ன ஆசைகளையும், கனவுகளையும்
வேண்டுதல்
என்ற நூலில் கோர்த்து,
தாய்மை வரமெனும் யாசகம் வேண்டி
நீர்பறவையென நிற்க்க கண்டுக்கொள்ளாமல்
கடந்து போகும் விதியை நினைத்து
கனவிலும் உதிரும் உப்பு பூக்களில்
கரைந்தே தான் போகிறேன்
கண்ணா கண் திறந்துப்பார்க்கும் நாள் தான்
இன்னும் உனக்கு எட்டவில்லையோ!

நீனுசக்தி

வாழ்வின் தத்துவம்

விரும்பியது
கிடைத்திட்டால்
வாழ்க்கையில்
என்ன சுவாரஸ்யம்
இருந்திட போகிறது...!
விரும்பியது கிடைக்க
ஏங்குவதில்,
முயற்சிப்பதில் தானே
வாழ்க்கை அடங்கியுள்ளது....

மகிழ்

விடை தெரியாத ஒரு விடுகதை - என் கவிதை

உன் கடைக்கண் பார்வை ஒன்றே போதுமடி
எம் காதலை உணர...
உன் உள்ளத்தில் என்ன உள்ளது என ஆராய்ந்தே...
என் ஒவ்வொரு நாளையும்
கடக்கிறேன்....

என் கவிதைக்கு உயிர் கொடுத்து உன்னை
காதலிக்கிறேன்..
நீ என் காதலை ஒரு காணல் நீராக மாற்றிட
வேண்டாமடி....
காலத்தின் கணக்கில் கால்கள் சென்றாலும் என்
கற்பனையால் உன் காதலை எண்ணிக் களிக்கிறேன்....
என் கவிதை ஒருநாள் உன் கை சேரும்
அந்நாள் உன் கரம் பிடிக்கும் நாளும் வரும்....

எனக்குள்ளே கேள்வியாக
கேட்டுக்கொள்கிறேன் நான் தேடிய கவிதை என்று கை
சேரும்....
இதற்கு விடை கண்ணம்மாவின் காதல் சொல்லும்.

Murugan S

வெண்மலரே....

ஓ... அழகு நறுமுகையே!
உன்னின் வெண் வண்ணத்திலும்
தளையவிழ்க்கும் மென் சிரிப்பிலும்
நின்இதழ் கசியும் நறுமணத்திலும்
எந்தன் கவிமனம் கரைகிறதே
தூவல் தூரிகை கொண்டு
வார்த்தைகள் ஜாலத்தால் கவிமாலை
ஒன்று புனைந்திட விழைகிறது.
ஆயினும் எந்தன் அறிவுமனமோ..
நறுமுகையின் அழகியலை நறுமணத்தை
வரையறுத்து விடாதே இவ்வளவே இதான் சிறப்பு
என
உன்வரிகளில் குறுக்கிவிடாதே என்றதினால்
இப்பேதை மனமும் தெளிந்ததே
முகிழ்ந்த நறுமணம் தவழ்ந்தோடி
தரணியெல்லாம் விரவட்டுமே..
நின்னை வரையறுக்க நான்யாரோ..
விட்டுவிட்டேன் நறுமுகையே வருணனையிலடங்கா
உன் நறுமணத்தை வருணிக்காமலே!

சுஷீலா சிவா

வெளிச்சம்

மின்சாரம் துண்டிக்கப்பட்டால்.......

கண் தேடும் வெளிச்சம்!

மாணவர்களின் கண்ணில்......

புத்தகம் காட்டும் வெளிச்சம்!!

களர் நிலத்தில்......

சிறு மழைசாரல் காட்டும் வெளிச்சம்!!

இருட்டின் கோரத்தில்.......

நிலவு காட்டும் வெளிச்சம்!!

கடலின் சீற்றத்தில் படகுக்கு.....

கலங்கரை காட்டும் வெளிச்சம்!!

வாழ்வின் சில பள்ளத்தில்.....

நம்பிக்கை எனும் படி காட்டும் வெளிச்சம்!!

Karthiga K

வெறுமையில் ஒரு திறமை

உலகின் போக்கில் இங்கே
யாவும் வெறுமை தான்!
வெள்ளித்தட்டு இருந்தும்
வெட்கம் புதுமை தான்!
வேதனை வேர்பிடித்து ஆடியும் பெண்மை மடமை
தான்!

இருப்பதை பலிப்பதும்;
இல்லாததை நினைப்பதும்;
ஏங்கி ஏங்கியே நாட்களை
கழிப்பதும் - பொல்லாத மனிதனின்
போதாத குணமாகி போனதோ!

கனல் பறக்கும் நெஞ்சமெல்லாம்
காகிதங்களை எரிக்குதோ;
கருமையெல்லாம் வெறுமை தான்,
வெறுமையுள்ளும் வேண்டும் திறமைதான்!

மோ திவ்யாராஜ்குமார்
(கவிதை பிரியை)